ஜோதி

கிழக்கு பதிப்பக வெளியீடுகளாக சுஜாதாவின் புத்தகங்கள்

மீண்டும் ஜீனோ
நிறமற்ற வானவில்
நில்லுங்கள் ராஜாவே
தீண்டும் இன்பம்
ஆஸ்டின் இல்லம்
அனிதாவின் காதல்கள்
நைலான் கயிறு
24 ரூபாய் தீவு
அனிதா இளம் மனைவி
கொலை அரங்கம்
கமிஷனருக்கு கடிதம்
அப்ஸரா
பாரதி இருந்த வீடு
மெரீனா
ஆர்யபட்டா
என் இனிய இயந்திரா
காயத்ரி
ப்ரியா
தங்க முடிச்சு
எதையும் ஒருமுறை
ஊஞ்சல்
ஓரிரவில் ஒரு ரயிலில்
மீண்டும் ஒரு குற்றம்
விக்ரம்
நில், கவனி, தாக்கு!
வாய்மையே சில சமயம் வெல்லும்
ஆ..!
வசந்த காலக் குற்றங்கள்
சிவந்த கைகள்
ஒரே ஒரு துரோகம்
இன்னும் ஒரு பெண்
6961
ஜோதி
மாயா
ரோஜா
ஓடாதே
மேற்கே ஒரு குற்றம்
விபரீதக் கோட்பாடு
ஐந்தாவது அத்தியாயம்
மலை மாளிகை
விடிவதற்குள் வா
மூன்று நாள் சொர்க்கம்
பத்து செகண்ட் முத்தம்
கம்ப்யூட்டர் கிராமம்
இளமையில் கொல்
மேகத்தை துரத்தியவன்
ஒரு நடுப்பகல் மரணம்
நகரம்
இதன் பெயரும் கொலை
மண்மகன்
தப்பித்தால் தப்பில்லை
விழுந்த நட்சத்திரம்
முதல் நாடகம்
ஆட்டக்காரன்
ஜன்னல் மலர்
என்றாவது ஒரு நாள்
வைரங்கள்
மேலும் ஒரு குற்றம்
சொர்க்கத் தீவு
கனவுத் தொழிற்சாலை
ஆயிரத்தில் இருவர்
பதினாலு நாட்கள்
உள்ளம் துறந்தவன்
பிரிவோம் சந்திப்போம்
கரையெல்லாம் செண்பகப்பூ
இரண்டாவது காதல் கதை
நிர்வாண நகரம்
குருபிரசாதின் கடைசி தினம்
இருள் வரும் நேரம்
திசை கண்டேன் வான் கண்டேன்
ஆழ்வார்கள் - ஓர் எளிய அறிமுகம்
தேடாதே
விருப்பமில்லாத் திருப்பங்கள்
விரும்பிச் சொன்ன பொய்கள்
கை
ஆதலினால் காதல் செய்வீர்
நூற்றாண்டின் இறுதியில் சில சிந்தனைகள்
அப்பா, அன்புள்ள அப்பா
மிஸ். தமிழ்த்தாயே, நமஸ்காரம்!
சிறு சிறுகதைகள்
வாரம் ஒரு பாசுரம்
வானத்தில் ஒரு மௌனத்தாரகை
கடவுள் வந்திருந்தார்
அனுமதி
ஓலைப் பட்டாசு
சேகர், சிங்கமய்யங்கார் பேரன்
கம்ப்யூட்டரே ஒரு கதை சொல்லு
டாக்டர் நரேந்திரனின் வினோத வழக்கு
நிஜத்தைத் தேடி
பாதி ராஜ்யம்
சில வித்தியாசங்கள்

ஜோதி

சுஜாதா

கிழக்கு

ஜோதி
Jothi
by Sujatha
Sujatha Rangarajan ©

First Edition: August 2010
48 Pages
Printed in India.

ISBN 978-81-8493-519-6
Kizhakku - 525

Kizhakku Pathippagam
177/103, First Floor,
Ambal's Building, Lloyds Road
Royapettah, Chennai 600 014.
Ph: +91-44-4200-9603
Email : support@nhm.in
Website : www.nhm.in

Cover Image : Shutterstock ©

Kizhakku Pathippagam is an imprint of New Horizon Media Private Limited

This book is sold subject to the condition that it shall not, by way of trade or otherwise, be lent, resold, hired out, or otherwise circulated without the publisher's prior written consent in any form of binding or cover other than that in which it is published and without a similar condition including this the rights under copyright reserved above, no part of this publication may be reproduced, stored in or introduced into a retrieval system, or transmitted in any form or by any means (electronic, mechanical, photocopying, recording or otherwise), without the prior written permission of both the copyright owner and the above-mentioned publisher of this book.

'இது காரணமில்லாத தற்கொலையாக இருக்கிறது. என் அனுபவத்தில் தற்கொலைக்குப் பின்னணியாக அதீதமான சோகத்தைப் பார்த்திருக்கிறேன். தெரிந்தவர்கள், பழகியவர்கள் யாரை விசாரித்தாலும் அவள் நேற்று மாலைவரை சாதாரணமாக, இயல்பாக, ஏன் சந்தோஷமாக இருந்திருக்கிறாள் என்பது தெரிகிறது. திடீர் என்று தன்னை எதற்கு அழித்துக்கொண்டிருக்கிறாள் என்பது புரியவில்லை.'

ஜோதி

1

ஆம்புலன்ஸ் வந்தபோது அந்தப் பெண் இறந்து போயிருந்தாள்.

2

மணி அடித்தவன் ஓய்ந்துபோய் நிறுத்தினான். டிரைவர் டீக்கடையில் ஒதுங்கிக்கொண்டான். ஆஸ்பத்திரி சிப்பந்திகள் (வெள்ளை உடை, அரசாங்க அழுக்கு) மெதுவாகவே இறங்கினார்கள். அந்த மாடியில் நிறைய முகங்கள் தெரிந்தன. கீழே ஒரு போலீஸ் ஜீப் நின்றுகொண்டிருந்தது. அதனுள் அதன் வி.எச்.எஃப். ரேடியோ உயிருடன் இருந்தது. சிறிய சிறிய கும்பல்களில், சிறிய குரல்களில், சிற்சிலர் கவலையுடன் பேசிக்கொண்டிருந்தார்கள்.

ஆம்புலன்ஸின் பின்புறம் திறந்து, ஒரு ஸ்ட்ரெட்சர் இழுக்கப்பட்டது. சின்னப் பையன்கள் ஆம்புலன்ஸின்

பின்புறத்திலும், டிரைவர் சீட் பக்கமும் எட்டிப் பார்த்தனர்.

அந்த மாடியறை வாயிற்பக்கம் நோக்கி இருந்தது. சிறிய குறுகிய மாடிப்படிகள் வழியே ஸ்ட்ரெட்சரைப் பக்கவாட்டில் சாய்த்து எடுத்துப் போகவேண்டி இருந்தது. மாடி அறை வாசலிலும் பலர் அறைக்குள் எட்டிப் பார்த்துக்கொண்டிருந்தார்கள். ஒரு போலீஸ்காரன் அவர்களை லேசாக விரட்டி ஒதுக்க, ஸ்ட்ரெட்சரை அனுமதிக்க அந்த அறையின் மற்றொரு கதவையும் திறக்கவேண்டி இருந்தது. திறந்ததில் அறையில் வெளிச்சம் அதிகமாயிற்று.

அறையின் மேற்புறத்தில் இருந்த கட்டிலில் அந்தப் பெண் கிடந்தாள். அவள் வலது கை கட்டிலுக்கு வெளியில் தொங்கிக் கொண்டிருந்தது. சற்று அசௌகரியமான அமைப்பில் இருந்தது. உடல், கழுத்து ஒரு கோணத்தில் சாய்ந்து இருக்க, கண்கள் மூடி இருந்தன. நெற்றிக் கேசத்தின் இரண்டு மூன்று மயிர்க் கற்றைகள் முகத்தின் குறுக்கே படர்ந்திருந்தன. கழுத்தில் ஒரு சங்கிலி இருந்தது.

அவள் இறந்திருந்தாள்.

ராஜேந்திரன் அந்த அறையைச் சோதித்துக்கொண்டிருந்தார்.

'சார்!' என்று அவருக்கு அரை சலாம் அடித்தான் ஆம்புலன்ஸ்!

'வந்தீங்களா!' என்றார்.

'பாடியை எடுத்துட்டுப் போகணுமா சார்?' என்று கேட்ட ஆஸ்பத்திரிச் சிப்பந்தி அந்த அறையில் ஓர் இறந்த உடல் இருப்பதில் கவலையோ, ஆர்வமோ, அவசரமோ, அச்சமோ தெரிவிக்காமல், 'கேஸ் உண்டா சார்?' என்றான் சாதாரணமாக.

'ஆமாம்ப்பா.'

'செத்துட்டாங்களா?'

'பாரேன்.'

அவன் அந்த உடலைப் பார்த்தான். 'பொம்பளைங்க!' என்று தலையை ஆட்டினான்.

'ஒரே நீலம் பார்த்தியா கோபாலு! என்ன சார் கேஸ்? விஷம் குடிச்சுட்டு இறந்துட்டாப்லயா? ச்ச்ச். புடிரா சித்த...'

ராஜேந்திரன் அந்த அறையை நிதானமாகப் பார்த்தார். அறை சுத்தமாகவே இருந்தது. மேசை, நாற்காலி, இந்திரா காந்தியின் படம், பாலமுருகன் சிரிக்கும் நாட் காட்டி, கான்வகேஷன் உடையில் நான்கு பெண்மணி களின் குடும்ப போட்டோ (ஜி.கே. வேல்), அலமாரி, அதில் ஒழுங்காக அடுக்கப்பட்ட கோப்பைகள், புத்தகங்கள், ஸ்போர்ட்ஸ் வீக்கிலிருந்து கவாஸ்கரின் கலர்ப் படம், தினசரி இதழ்கள், தமிழ் வாரப் பத்திரிகைகள்.

மர ஸ்டாண்ட் ஒன்றில் பெரும்பாலும் ஆழமான வர்ணங்கள் கொண்ட சீராக மடிக்கப்பட்ட புடைவை கள், லுங்கிகள். என்ன என்னவோ சட்டைகள்! பெண்மை.

மேஜை மேல் அந்தப் பெண் தனியாக போட்டோவில் சிரித்துக் கொண்டிருந்தாள். அதைப் பார்த்துவிட்டு, இறந்திருந்த அந்த உடலை மறுபடி பார்த்தார். மாறுதல்! சென்ற சில மணி நேரங்களில் எத்தனை மாறுதல்கள்! ரத்தம் ஓடாது. வெட்கப்பட்டால், சிவப் பாக இனி கன்னத்தில் பாயாது. நரம்புகள் இயங்கா! சிரி என்று மூளை செய்தி சொல்லாது. அவள் சிரிக்க மாட்டாள்.

தலை லேசாக ஆடிக்கொண்டு உடல் மெதுவாக அறையை விட்டு வெளிப்பட்டது. ராஜேந்திரன் அறைக் குள்ளேயே இருந்தார். 'போங்கப்பா, போங்கப்பா, என்ன வேடிக்கை!' என்று வெளியில் குரல் கேட்டது. 'பார்த்துப் புடிப்பா. இப்படித்தான் ராயப்பேட்டையில் கீழே போட்டுட்டே!' அவர்கள் உடலைப் பின்பற்றி ஓடுகிறார்கள். எத்தனை ஆர்வம்!

அந்தப் புத்தகத்தின் முதல் பக்கத்தைப் புரட்டினார். 'ஜோதி 18.6.71' ஜோதி! அந்த போட்டோவின் சிரிப்பைப் பார்த்தார். இருபது வயதா? எத்தனை உயிர் இந்த போட்டோவில்! எத்தனை இளமை! மேஜையின் இழுப்பறையைத் திறந்தார். கடிதங்களில் ஒன்றை மேலாகப் பிரித்தார். '8ஏ, தில்லை நகர், திருச்சி, சிவமயம். சௌபாக்கியவதி ஜோதிக்கு அநேக ஆசீர்வாதங்கள். நீ அனுப்பிய மணியார்டர் வந்து சேர்ந்தது. இப்பவும் நானும் உன் சித்தியும்...'

சித்தி!

'சார். நாங்க போகட்டுமா?' மறுபடி அந்த ஆம்புலன்ஸ் ஆசாமி. ராஜேந்திரன் அறைக்கு வெளியே வந்தார். எதிர்ச்சாரியிலும் ஆம்புலன்ஸ் அருகிலும் எத்தனை பேர்! அந்த இடத்துத் தினசரி ஸ்தம்பித்திருந்தது. பத்து வருஷம் கழித்துக்கூடப் பேசுவதற்கு அந்தப் பெண்களுக்கு விஷயம் கிடைத்துவிட்டது. எட்டி எட்டிப் பார்த்துக் கொண்டிருந்தார்கள். அரசியல் தலைவர்களையும் அப்படித்தான் பார்க்கிறார்கள். சினிமா நடிகர்களையும்கூட. கடவுள்களையும்கூட!

'கான்ஸ்டபிள், நீ வண்டிலே கூடப் போ. கல்யாண ராமன் கிட்டச் சொல்லிடு. நான் பின்னே வரேன். யார்ப்பா ட்யூட்டியிலே?'

'டாக்டரா சார்?'

'ஆமாம்.'

'யார் யாரோ சின்னப் பசங்க வராங்க சார். பேர் தெரியறதில்லை. வரேன் சார்.'

ஜோதி! அந்த கான்வகேஷன் போட்டோவை மறுபடி பார்த்தார். இடது ஓரத்தில் ஜோதி இருந்தாள். (அவள்தான்! அச்சாக மை இட்டுக்கொண்டு, பெரிய உதடுகள், பெரிய பொட்டு, அந்தச் சிரிப்பு படத்தில் தெரியவில்லை). பெண்ணே நீ யார்?

அலமாரிப் புத்தகங்களின் தலைப்புகளைக் கவனித்தார். டெனிஸ் ராபின்ஸ், திருக்குறள் தெளிவுரை, Sex and the

Single Girl, கலீல் கிப்ரான், மைசூர் பிரதேசத்தின் டூரிஸ்ட் மேப்.

மைசூர்?

கட்டிலின் அருகே அந்தச் சிறிய சீஸாவைப் பார்த்தார். அதன் மேல் 'கார்டினால்' என்று எழுதியிருந்தது. அது காலியாக இருந்தது. சிறிய எழுத்தில் சிவப்பில்.

WARNING

It is dangerous to take this drug without the...

3

'நிர்மலா உள்ளே வாடி!' வீட்டுக்கார அம்மாள் பெண்ணை அதட்டினாள்.

'அம்மா! நீங்க பயப்படவேண்டாம். மேலே தங்கி இருந்த பெண்ணைப் பற்றிச் சில விவரங்கள் சொன்னால் போதும்.'

'எனக்கு ஒண்ணும் தெரியாதுப்பா. அந்தப் பொண்ணு என்னத்தைத் தின்னு தொலைச்சுதோ... என்ன எழவோ!'

'அதெல்லாம் நாங்க கண்டுபிடிச்சுக்கறோம். நான் கேக்கிற கேள்விகளுக்கு மட்டும் பதில் சொன்னாப் போதும்!'

'நாராயணா! இந்தச் சமயம் பார்த்து இந்தப் பிராமணர் ஷோலிங்கபுரத்துக்குப் போயிருக்கார்!' அந்த அம்மாளின் மூக்கு சிவப்பாக இருந்தது. அதில் வைரம் ஜொலித்தது. 'அவர் சாயங்காலம் வந்துடுவாரே. அவரைக் கேட்டுக்கோங்களேன்.'

ராஜேந்திரன் கோபமில்லாமல், ஆனால் சற்று அழுத்த மாக, 'நான் கேட்கிற கேள்விக்குப் பதில் சொல்றீங் களா?' என்றார்.

'எனக்கு ஒண்ணுமே தெரியாதே.'

'அப்படி இல்லை அம்மா. உங்களுக்குத் தெரிஞ்சதைத் தான் நான் கேட்கப் போகிறேன்.'

'என்னடீது நிர்மலா, போலீஸ்காராள்ட்ட மாட்டிண்டுட் டோம்!'

'அய்யோ அம்மா, அவர் ஒண்ணும் பண்ண மாட்டா ரம்மா. நான் வேணா சொல்றேன் சார்.'

'நீ சும்மா இரு.'

'இத பார் அம்மா. நான் யார் தெரியுமா?'

'போலீஸ்காரன்.'

'நான் ஒரு போலீஸ் ஆபீசர். உங்களுக்கும் மாடியிலே அந்தப் பெண் இறந்து போனதுக்கும் ஏதாவது சம்பந்தம் இருக்கா?'

'இல்லவே இல்லை.'

'அப்ப பயப்படாம சொல்லுங்க. நான் ஏதாவது எழுதிக்கிறேனா பாருங்க. பயப்படாதீங்க.'

'ஏண்டாப்பா. உன்னைப் பாத்தா என் தம்பி புள்ள லட்சுமணன் மாதிரி இருக்கே. எங்களுக்கு கோர்ட்டு, கேஸு கீஸு இதெல்லாம் கண்டா பயம்ப்பா.'

'பயப்படவே வேண்டாம்... You stupid lady...'

'அந்தப் பெண் பெயர் ஜோதிதானே?'

'ஆமாம். குடி வெச்சிருந்தோம். எங்கேயோ வேலையா இருக்கேன்னாளே! நிர்மலா. அது என்ன கம்பெனிடி?'

'இல்லம்மா, அவ ஒவ்வொரு தடவையும் ஒவ்வொரு கம்பெனி சொல்வா!'

'எத்தனை நாளா குடியிருக்கா?' அவருக்கும் பிராமண பாஷை வந்து விட்டது!

'ஒரு வருஷமாச்சு. தெரிஞ்சவா சிபாரிசு பண்ணா. பிரம்மசாரிப் பசங்களை வெச்சா ராப்பூரா சீட்டாடறாங்களேன்னு பொண்ணை வெச்சா, இப்படி ஆய்டுத்து! அதுக்குத்தான் இந்தப் பிராமணர்கிட்ட ஒரு தளிகை பண்ற உள்ளைக் கட்டுங்கோன்னு அடிச்சுண்டேன்.'

'நான் கேக்கறதுக்கு அதிகமாகவே பதில் சொல்றீங்க, பார்த்தீங்களா?'

'எங்களைக் கோர்ட்டுக்கு இழுக்காம இருந்தா சரி!'

'பயப்படாதீங்க! இந்தப் பொண்ணுக்கு இந்த ஊர்லே உறவுக்காரங்க யாராவது இருக்காங்களா?'

'ம்ஹூம். மெட்ராஸ்லே கிடையாது. ஊரிலே இருக்கா. திருச்சியோ என்னமோ சொல்லித்து. நாங்க சரியாகக் கேட்டு வெச்சுக்கலை. வாடகையை ஒழுங்காக் கொடுத்துடும். ஒரு தடவை தலை நரைச்ச ஒத்தர் வந்து ரெண்டு நாள் இருந்தார். அப்பான்னு சொல்லித்து.'

'அவளைப் பார்க்கறதுக்கு நிறையப் பேர் வருவாங்க சார்' என்றாள் அந்த நிர்மலா. ராஜேந்திரன் கண்ணாடி அணிந்த ஒல்லியான அந்தப் பெண்ணைப் பார்த்தார். இவள் அழகற்றவள்... அவள் அழகுள்ளவள்... சே! முதலில் உண்மைகள். அப்புறம் ஊகங்கள். 'அப்படியா? சினேகிதர்களா, சினேகிதிங்களா?'

'சினே... ரெண்டும் சார்...'

'நீங்க தயங்க வேண்டாம். இந்தப் பொண்ணு நேத்து ராத்திரி எத்தனை மணிக்கு வந்தா தெரியுமா?'

'நான் பார்க்கலை சார். நேத்திக்கு நான் 'பெத்த மனம் பித்து' போயிருந்தேன்.'

'நீங்க திரும்பி வந்தபோது மாடி லைட் எரிந்து கொண்டிருந்ததா?'

'நான் கவனிக்கலை சார்.'

'அந்தப் பொண்ணு பொதுவா சந்தோஷமான பொண்ணா, இல்லை ரோஷமான பொண்ணா? சிரிச்சுப் பேசுவாளா? இல்லை, சும்மா முகத்தைத் தூக்கி வெச்சுக்கிட்டு... நான் சொல்றது புரியுதா?'

'நிறையச் சிரிப்பாள்! சிரிக்கிறதுக்கு என்ன... மாடிக்கு ஏறிப் போறப்ப என்னைப் பார்த்து 'ஹலோ மாமி'ம்பா. கார்த்தாலே 'குட் மார்னிங் மாமி'ம்பா.'

'நேத்திக்குக் கார்த்தாலே குட் மார்னிங் சொன்னாளோ?'

'சொன்னா.'

'ராத்திரி?'

'ராத்திரி... வந்து எத்தனை மணிக்குடி வந்தா? தெரியலையே!' அப்போது அந்த அறையில் இருந்த டெலிபோன் ஒலித்தது.

'யார் பாருடி. நெய்க் கடைக்காரனா?'

அந்த டெலிபோனில் டயல் பூட்டப்பட்டிருந்தது. பக்கத்தில் ஒரு டப்பாவில் காசுக்காக ஓட்டை போடப்பட்டிருந்தது. நிர்மலா எடுத்தாள். 'ஹல்லோ!'

கேட்டாள். உடனே ராஜேந்திரனைப் பார்த்தாள். 'ஜோதியா? ஜோதி வந்து...' ராஜேந்திரன் அவளுக்குச் சமிக்ஞை செய்து பேசாமல் இருக்கும்படி சொல்லி, உடனே அந்த டெலிபோன் ரிசீவரை வாங்கிக்கொண்டார்.

'ஹலோ?'

'... ஜோ... ஹலோ Who's speaking?' ஆண் குரல்.

'நீங்கள் யார் பேசுவது?'

'டபிள் த்ரி டபிள் நைன் ஸிக்ஸ்தானே அது?'

இன்ஸ்பெக்டர் டயலைப் பார்த்து 'ஆம்' என்றார்.

'எனக்கு ஜோதி வேண்டும். நீங்கள் யார்?'

'போலீஸ்.'

'போலீஸ்! Is anything wrong? ஜோதியிடமிருந்து லெட்டர் வந்தது. Is she alright?'

'இல்லை?'

'என்ன ஆயிற்று அவளுக்கு?'

'நீங்கள் எங்கிருந்து பேசுகிறீர்கள்?'

'மயிலாப்பூர். ஒரு பப்ளிக் கால் ஆபீசிலிருந்து, ஜோதிக்கு என்ன? Please tell me!'

'உங்கள் பெயர் என்ன?'

'அனந்த்.'

'உடனே இங்கே வாருங்கள். சொல்கிறேன்.'

'இன்ஸ்பெக்டர்? ஜோதி! அவளுக்கு...'

'நான் இன்ஸ்பெக்டர் இல்லை! நீங்கள் வாருங்களேன்?'

4

'ஜோதிக்கு அடிக்கடி டெலிபோன் வருமா?'

'ஆமாம் சார். அதுவும் இந்த ஆள் அடிக்கடி டெலிபோன் பண்ணுவான். இந்தக் குரலை எனக்குத் தெரியும். ரொம்ப நாழி சிரிச்சுப் பேசிண்டிருப்பா இங்கிலீஷ்லே. இந்த மாதிரி அடிக்கடி டெலிபோன் பண்றதினாலே எங்களுக்குள்ளே சண்டைகூட வந்துடுத்து. இந்த போன் ஒரு தொந்தரவு. அதுக்காகத் தான் வாயைப் பூட்டிக் காசு டப்பாகூட வெச்சாச்சு. தாட்சண்யம் பாருங்கோ!'

அந்த பாட்டில் காலியா இருந்ததே! அதில் எத்தனை மாத்திரைகள் இருந்திருக்கும்? அதெல்லாம் அப்புறம்! அப்புறம் யோசிக்கலாம்! இப்போது செய்திகள் சேகரிக்க வேண்டும். யார் இந்த ஜோதி?

'கல்யாணமாகாத பெண்தானே.'

'ஆமாம். விச்ராந்தியா இருந்தது. தேன் ஒழுகப் பேசுவா. என்னை விசாரிப்பா. நிர்மலாவை விசாரிப்பா. திடீர்னு இப்படி கிறுக்குப் புடிச்சாப்பலே காரியம் பண்ணிடுத்தே. என்ன கண்றாவியோ! எவன் ஏமாத்திட்டானோ? அப்படியெல்லாம் அசட்டுக் காரியம் பண்ற பொண்ணாத் தோணலை. சப்-ரிஜிஸ்தரார்தான் பார்த்து வெச்சார். ரேஷன் கார்டு எல்லாம் வாங்கித் தந்துதே! என்னடாப்பா, பொணத்தை யார் வாங்கிக்கப் போறா?'

'பார்க்கலாம். ரூம்லே ஒரு அட்ரஸ் கிடைத்தது. தந்தி அடிக்க ஏற்பாடு பண்ணிடலாம்.'

'கஷ்ட காலம். அவ அப்பனுக்கு எப்படி இருக்கும்?'

ராஜேந்திரன் மறுபடி மாடிக்குச் சென்றார். எவ்வளவு சுத்தமான அறை. காலண்டரின் தாள் நேற்று வரை கிழிக்கப்பட்டிருக்கிறது. மேஜை மேல், அலமாரியில், பீங்கான் பாத்திரங்களில் ஒரு சிறு தூசிகூடப் படிய வில்லை. டூத் பேஸ்ட் மிகச் சீராகப் பிதுக்கப் பட்டிருந்தது... எத்தனை அலங்காரச் சாதனங்கள். வான வில் வர்ணங்களில் குங்குமங்கள், லோஷன்கள், மேக் அப் சாதனங்கள். ஷாம்பூ (அந்த மாத்திரை சீசா!) கலீல் கிப்ரானின் புத்தகத்தை எடுத்தார். For my one and only Joti - Anant.

அனந்த்!

ஜாவா மோட்டார் சைக்கிளின் பிரத்தியேக சப்தம் கேட்ட ராஜேந்திரன் ஜன்னலுக்கு வெளியே பார்த்தார். அந்த இளைஞன் அவசர அவசரமாக மோட்டார் சைக்கிளை விட்டு விட்டு (பூட்டவில்லை) மாடிப் பக்கம் பாய்கிறான்.

உள்ளே நுழைந்ததும் ராஜேந்திரனைப் பார்த்துத் திடுக்கிட்டான். 'Where is She?' என்றான். தேடினான்.

'ஆஸ்பத்திரிக்கு எடுத்துப் போயிருக்கிறார்கள். நீங்கள் தான் போன் செய்தீர்களா?'

'ஆஸ்பத்திரி! எதற்காக? என்ன ஆயிற்று அவளுக்கு?'

'Autopsyக்கு எடுத்துப் போயிருக்கிறோம்.'

'Aut. My God. You mean she is dead?'

'ஆம்!'

'இல்லை. இல்லை. ஜீஸஸ் No!' அவன் கண்களில் இயற்கையாக ஜலம் ததும்பியது.

'நான் பயந்தது நடந்து விட்டது!' அவன் இப்போது குழந்தை போல அழுதான்.

'என்ன பயந்தீர்கள்?'

அவன் தன் பையிலிருந்து கசங்கிய தபால் உறையை எடுத்துக் கொடுத்தான். 'இன்று காலை வந்தது. இது வந்த உடனே டெலிபோன் செய்தேன்... ஜோதி! ஜோதி! ஜோதி! ஏன் ஜோதி! எந்த ஆஸ்பத்திரி சார்? நான் உடனே போகிறேன்!'

அந்தத் தபால் உறையினுள் இருந்த கடிதத்தை உருவினார்.

'Dear

இந்தக் கடிதத்தை நீங்கள் படிக்கும்போது நான் உயிருடன் இருக்க மாட்டேன். யாவற்றுக்கும் வந்தனம். என்னை மன்னித்து விடுங்கள்... ஜோ'

'ஜோதி எதனால் இறந்து போனாள்?'

'தூக்க மாத்திரைகள் விழுங்கி இருக்கலாம். ஆஸ்பத்திரியில் தெரிந்து விடும்.'

'நீங்கள் அங்கே போகிறீர்களா?'

'ஆம். நீங்களும் வாருங்கள்.'

அவன் தன் கண்ணீரை மறைக்கக் கண்ணாடி அணிந்து கொண்டான். அவன் பனியனில் Love என்று எழுதி இருந்தது. அவன் பாண்ட் தொள தொள என்று இருந்தது. கழுத்தில் இரும்புச் சங்கிலி அணிந்திருந்தான். அவன் முடி சிக்கலாக, வாரப்படாமல், பின்னால் நிறைய வளர்த்து, வளைந்து இருந்தது. அவனுக்கு இருபத்திரண்டு வயதிருக்கலாம்.

கீழே அந்த நிர்மலாவைக் கூப்பிட்டு, 'இந்த அட்ரஸுக்கு ஒரு தந்தி கொடுத்திருங்க. மாடியிலே அட்ரஸ் கிடைத்தது...'

'செய்கிறோம் சார்' என்றாள் நிர்மலா.

'Make Love Not War' என்று பெட்ரோல் டாங்க்கில் எழுதி இருந்த அவன் மோட்டார் சைக்கிள் கிளம்ப மறுத்தது.

5

ராஜேந்திரன் அந்த வீட்டுக்கு எதிரில் இருந்த கடைக்குச் சென்றார். எல்லோர் கண்களும் தன்மேல் படர்ந்து தொடர்வதை அவர் உணர்ந்தார். வெற்றிலை பாக்கு, இரவில் பசும்பால், பத்திரிகைகள், வாழைப் பழம், ரொட்டி, கம்மர்கட்டு, பரிசுச் சீட்டு... அந்தக் கடைக்காரன் கண்களில் பயத்துடன், 'வணக்கம் சார்' என்றான்.

'ராத்திரி எத்தனை மணி வரைக்கும் கடை திறந்திருப்பே?'

'பதினோரு மணி வரைக்கும் சார்.'

'எதிர் வீட்டு மாடியிலே அந்தப் பொண்ணு....'

'தெரியும் சார். நல்ல பொண்ணு! நம்ம கடையிலேதான் ப்ரெட் வாங்கும். என்னா சார் இப்படிப் பண்ணிடுச்சு அது!'

'அந்தப் பொண்ணு நேத்து ராத்திரி எத்தனை மணிக்கு வந்தது பார்த்தியா?'

'பார்த்தேன் சார். கார்லே கொண்டு வந்து விட்டுட்டுப் போனாங்க. சுமார் பத்து பத்தரை மணி இருக்கும்.'

'யார் கொண்டு விட்டாங்க?'

'சரியாப் பார்க்கலை சார். ஒரு வயசான ஆள் போல... அதுக்கு முந்திகூட ரெண்டு தடவை கார்லே வந்து இறங்கி இருக்கு.'

'கார் ஞாபகமிருக்குதா?'

'சரியாத் தெரியலைங்க! மன்னிச்சுக்கங்க. கறுப்புக் காரா இருக்கலாம்.'

'ராத்திரி எல்லாக் காரும் கறுப்புக் காரா இருக்கும். அந்தக் கார்லே ஏதாவது தனியா ஞாபகம் இருக்குதா, பிரத்யேகமா?'

'புரியலிங்க!'

'சரி விடு' என்று கிளம்பினார்.

'சார். நீங்க சொல்றது புரியுது. கொஞ்சம் இருங்க... அந்தக் கார் ஒரு விதமாக ஊதிச்சுங்க! ஆரன் இல்லை. ஆரன்... அமுக்கறாங்களே அது ஒரு மாதிரியா சவுண்டா இருந்தது. எல்லாக் காரையும்போல இல்லை. இரண்டு மூணு தினுசா சத்தம் வந்தது.'

'சரி' என்றார்.

அனந்தின் மோட்டார் சைக்கிள் இன்னும் முரண்டு பண்ணிக் கொண்டிருந்தது. உதைத்து உதைத்துப் பார்த்தான். ராஜேந்திரன் அவன் அருகில் சென்று 'நான் கிளம்பவேண்டும்' என்றார்.

'ஸாரி சார். நானும் உங்கள் ஜீப்பில் வருகிறேன். If you don't mind' என்றான்.

'ஏறுங்கள்!'

சற்று நேரம் மௌனமாகச் சென்று பிறகு, ராஜேந்திரன், 'இந்தக் கடிதம்! அது ஜோதியின் கையெழுத்துதானே?'

'ஆம்!' அவன் தலை குனிந்து ரேடியோவை வெற்றுப் பார்வை பார்த்துக்கொண்டிருந்தான்.

'எப்படித் தெரியும்?'

'அவள் எனக்கு நிறையக் கடிதங்கள் எழுதி இருக்கிறாள்.'

'அவை உங்களிடம் இருக்கின்றனவா?'

'வீட்டில் இருக்கிறது. நாங்கள் சந்தித்துக்கொண்டு ஒரு மணிக்கு அப்புறம்கூடக் கடிதம் எழுதிக் கொண்டோம்! Crazy girl. We were madly in love!' அவன் கை நடுங்க ஒரு சிகரெட் பற்றவைத்துக்கொண்டான். 'சார், நேற்று மாலை நான் அவளைப் பார்த்தேன். She was happy.'

'தற்கொலை!'

'ஏன். எதற்காக?' அவன் தன் தொடையில் குத்திக் கொண்டான்.

'நீங்கள் அவளுடன் பழகி இருக்கிறீர்கள்! நீங்கள் சொல்லுங்களேன்.'

'அவளை நான் நேற்றுப் பார்த்தேன். பேசினேன். நாங்கள் மைசூர் போவதாக இருந்தோம். டூரிஸ்ட் மேப்பில் மானசீகமாகப் பிரயாணம் செய்தோம். எப்படி நடந்திருக்கும்! இதற்கு என்ன அர்த்தம்?'

'எவ்வளவு நாட்களாக உங்களுக்கு அவளைத் தெரியும்?'

'ஒரு வருஷமாக.'

'உங்களை 'நீ' என்று கூப்பிடுவாளா, 'நீங்கள்' என்று கூப்பிடுவாளா?'

'' நீ' என்றுதான். அவளைக் கல்யாணம் செய்துகொள்ள இருந்தேன்! தற்கொலை எதற்காகச் செய்துகொள்ள வேண்டும்? காரணம் வேண்டாம்?'

'காரணம் இருக்கிறதா பார்க்கலாம். பெண் ஒரு ஐஸ்பார்க் போல்! இந்தக் கடிதம் நிச்சயமாக அவள் எழுதியது தானே?'

'அவள் எழுத்துதான்.'

ராஜேந்திரன் அந்தக் கடிதத்தின் உறையைப் பார்த்தார். கே. அனந்தராமன் என்று தொடங்கி விலாசம் மட்டும் டைப் அடிக்கப்பட்டிருந்தது.

'டைப் அடிக்கத் தெரியுமா அவளுக்கு?'

'தெரியும்!'

கடிதத்தைப் பிரித்து மறுபடி படித்தார்.

6

மார்ச்சுவரியின் ஜில்லிலிருந்து வெளிவந்த அந்த உடலின் உடைகள் தேவைக்கு மட்டும் விலக்கப்பட்டு அதன் வயிற்றில் கத்தியால் கீறியபோது... ரத்தம் வரவில்லை.

7

'ஹலோ டாக்டர்?'

'ஹலோ ராஜேந்திரன்! என்ன? கேஸா?'

'அந்த இளம் பெண்!'

'ஓ.எஸ். Dead on arrival. Very much dead. அவள் நேற்று இரவு சுமார் மூன்று மணிக்கு இறந்திருக்க வேண்டும். Rigor mortis...'

'பரிசோதனை முடிந்து விட்டதா?'

'அவர் யார்? போலீஸ் டிபார்ட்மெண்டிலிருந்து உங்களுடன் வருவாரே கல்யாண ராமனா? அவர்தான் எடுத்துக்கொள்ளச் சொன்னார்.'

ராஜேந்திரன் தன் பையிலிருந்த சீசாவை எடுத்துக் காட்டினார்.

'ஓ.எஸ். பார்பிச்சுரேட்தான் நிறைய விழுங்கியிருக்க வேண்டும். ராத்திரி வாமிட் செய்தாளா, தெரியுமா?'

'காலையில்தான் செய்தி வந்தது.'

'இட்ஸ் எ பிட்டி. இந்த மாதிரி டிரக் எல்லாம் சுலபமாக எழுதிக் கொடுத்து விடுகிறார்கள். சின்னப் பெண். இருபது இருபத்து ஒன்றுதான் இருக்கலாம்.'

'டாக்டர், அவள் கர்ப்பமுற்று இருந்தாளா?'

'இல்லை. நிச்சயம் இல்லை. வேறு ஏதாவது காரணம் தேடுங்கள். ரிப்போர்ட்டை கல்யாண ராமனிடம் கொடுத்திருக்கிறேன். ஸ்கோர் தெரியுமா உங்களுக்கு? Three hundred for four. ஃப்ளெட்சரும் க்ரேகும் நாராகக் கிழிக்கிறார்கள். மன்னிக்கவும். நான் போகவேண்டும் கசாப்புக் கடைக்கு. மற்றொரு பாடி காத்திருக்கிறது.'

அனந்த் ஓர் ஓரத்தில் பிரமித்து உட்கார்ந்திருந்தான். 'சார், நான் அவளைப் பார்க்கவேண்டும். அவள் முகத்தைப் பார்க்க வேண்டும். அவளைக் கேட்கவேண்டும். ஜோதி, ஏன் இப்படிச் செய்தாய்? எதற்காக?'

'நீங்கள் அதைத் தாங்கிக்கொள்வீர்களா?'

'நான் அவளை நிச்சயம் பார்க்கவேண்டும்.'

'அவளை', 'அவளை' என்கிறான். அவன் பார்க்கப் போவது 'அதை!' ராஜேந்திரனின் இதயம் அவனுக்காக இரங்கியது.

'சரி, வாருங்கள்.'

மிகச் சுத்தமாக வெண் சதுரக் கற்கள் அமைத்துக் குளுமையாக இருந்தது அந்த இடம். ஏர்கண்டிஷன் பேஸ்மெண்டில் இருந்ததால் அதிக உயரம் இல்லாமல் நீளமாக இருந்த காரிடார் போல் அதன் இரு பக்கங்களிலும் சக்கரங்களில் உருளக் கூடிய சிறு சிறு கதவுகள்.

அட்டெண்டரின் தலைக் குல்லாயில் ஆஸ்பத்திரியின் இனிஷியல்கள் தெரிந்தன.

'நிறைய இருக்கு சார், எதுன்னு தேடறது!'

'பொண்ணுப்பா! இருபது வயசுப் பொண்ணு!'

'பொண்ணா, இன்னிக்கு வந்த கேஸா?'

'ஆம்.'

'இருங்க... எடுத்துட்டுப் போறிங்களா?'

'இப்ப இல்லைப்பா.'

'சீக்கிரம் எடுத்துட்டுப் போங்க. எடம் இல்லை!' க்ர்ர் என்ற சப்தமிட்டு கதவு திறந்தது.

'ப்ளீஸ் ப்ளீஸ் ப்ளீஸ்! மூடி விடப்பா. மூடி விடு!'

'ஜோதி! ஜோதி! ஜோதி! ஜோதி! ஜோதி...'

அனந்த் அப்படியே குத்திட்டு உட்கார்ந்துகொண்டு மிக அழுதான்.

8

'இன்க்வெஸ்ட்டுக்கு ஏற்பாடு பண்ணி விடலாம் சார்' என்றார் கல்யாணராமன்.

'செய்யுங்க.'

'தற்கொலைதானே?'

ராஜேந்திரன் யோசித்தார். அவர் மனதில் 'ஏன் ஏன்' என்று அனந்தின் கேள்வி எதிரொலித்தது.

'பார்பிச்சுரேட் விழுங்கி இருக்கிறாள். தற்கொலை பண்ணிக் கொள்வதாகக் கடிதம் எழுதி இருக்கிறாள். கிளியர் கேஸ் சார். அந்த லெட்டரைக் காட்டி விடலாம்.'

'But Why?'

'யார் இந்த ஆள்.'

'பத்திரிகை ஆசாமி சார். ஆஸ்பத்திரியிலே காஷுவால்டியிலே சுத்துவான். செய்தி வேணுமாம்.'

'சார். இந்தப் பரிதாபச் சாவு தற்கொலையினால் தானே?' என்றான் அந்த நிருபர். பஸ் டிக்கெட் ஒன்றில் எழுதிக் கொள்ளத் தயாராக இருந்தான்.

ராஜேந்திரன் அவனை முறைத்துப் பார்த்தார். 'உங்களுக்கெல்லாம் பரிதாபச் சாவு எப்ப வரும்?' என்று கேட்க நினைத்தார். 'கல்யாண ராமன், இன்க் வெஸ்ட்டுக்கு ஆள் சேருங்க. நான் ஒரு மணியிலே திரும்பி வரேன். மிஸ்டர் அனந்த். வாங்க!'

ஆஸ்பத்திரிக்கு வெளியே காலி பாட்டில்களைப் பரப்பிப் பலர் விற்றுக்கொண்டிருந்தார்கள். எல்லாரும் எல்லாத் திசையிலும் நடந்துகொண்டிருந்தார்கள். ஒரு நர்ஸ் மலையாளத்தில் மற்றொருத்தியுடன் சிரித்துக் கொண்டிருந்தாள்.

எதிரே நடந்து ஒரு காப்பி ஓட்டலில் நுழைந்தார். அவரைப் பார்த்ததும் முதலாளி நிமிர்ந்து, 'வாங்கோ!' என்றார். 'டேய் பையா டேய், சாரைக் கவனி.'

'இரண்டு காப்பியா?'

அனந்த் பார்க்காமல் உட்கார்ந்திருந்தான். குருடன் போல்.

'Tell me about Joti.'

'என்ன?'

'அவள் என்ன செய்துகொண்டிருந்தாள்? ஏதாவது வேலைக்குச் சென்றுகொண்டிருந்தாளா?'

'சமீபத்தில் இல்லை. ஒரு விளம்பரக் கம்பெனியில் இருந்தாள். டைப்பிஸ்ட்டாகவோ, எதுவோ... விட்டு விட்டாள். அப்புறம் ஏதேதோ part time வேலைகள் செய்துகொண்டிருந்தாள். அவளுக்கு ஒரே சமயத்தில் எத்தனை கற்றுக்கொள்ள ஆசை! பரத நாட்டியம், கதக், ஆர்ட் என்பாள். வீணை என்பாள். இகெபானா, ப்ரெஞ்ச் என்பாள். யோகா என்பாள்.'

'நேற்று எப்போது அவளைக் கடைசியாகப் பார்த்தீர்கள்?'

'மாலை ஆறு மணிக்கு. You see, நான் அவளைக் கல்யாணம் செய்துகொள்ள இருந்தேன். நாங்கள் நேற்று எங்கள் திருமணத்தைப் பற்றிப் பேசிக் கொண்டிருந்தோம். ரிஜிஸ்தரார் ஆஃப் மாரேஜ் ஆபீஸ் எங்கிருக்கிறது? பதிவுத் திருமணத்துக்கு எத்தனை நாள் நோட்டீஸ் கொடுக்கவேண்டும்? என்றைக்குத் திருமணம்? சாட்சியாக யார் யார் வரப்போகிறார்கள்? என்றைக்கு ஹனிமூன்? அப்பாவிடம் எப்போது சொல்லப் போகிறோம்.'

'அவள் பெற்றோருக்குத் தெரியாமல் கல்யாணம் செய்து கொள்வதாக இருந்தீர்களா?'

'இரண்டு பேர் பெற்றோர்களுக்கும் தெரியாமல்தான். அவர்களிடம் எதற்குச் சொல்லவேண்டும்? அவளுக்கு அம்மா கிடையாது. என் அம்மா ஒரு ஒரு... அதைக் கேட்காதீர்கள். அது வேறு கதை.'

'நீங்கள் என்ன செய்துகொண்டிருக்கிறீர்கள்?'

'நான்? நான் ஒரு drop-out. என்னிடம் நிறைய மோட்டார் சைக்கிள்கள் இருக்கின்றன. ஓல்ட் மேனிடம் (அப்பா) எஸ்டேட் இருக்கிறது. எங்கள் வீட்டில் பணம் நிறைய இருக்கிறது. It stinks. ஆனால்,

நான் அவளைக் காதலித்தேன். அவள் ஒரு கவிதை. முடிந்து போன கவிதை. எவ்வளவு நீலமாக இருந்தது உடல்! It was not Joti. Something else.'

அவன் சிகரெட்டை அணைக்காமல் அதிலிருந்து மற்றொரு சிகரெட்டைப் பற்றவைத்துக்கொண்டான். காப்பியைக் குடிக்கவில்லை.

'எதற்காக? ஏன்? அதுதான் புரியவில்லை. ஏதாவது காரணம் இருக்கவேண்டாம்? நேற்று சிரித்தாள். கல்யாணத்தின் போது என்ன சாரி உடுத்திக்கொள்ளப் போகிறேன் என்றுகூடச் சொன்னாள். 'சமைத்துப் பார்' புஸ்தகம் வாங்கினாள். எனக்கு விலை உயர்ந்த கஃப் பட்டன் வாங்கினாள். என் தலைமயிரை ஓர் இஞ்ச் அவளே வெட்டப் போவதாகச் சொன்னாள். நான் ஷர்ட் அணிய வேண்டும்; பையில் 'ஜே' என்று இனிஷியல் வைத்த கைக்குட்டை வைத்துக்கொள்ள வேண்டும்; தினம் தினம் ஷேவ் பண்ணிக்கொள்ள வேண்டும்... She is gone!'

'நேற்று அவளை எங்கே சந்தித்தீர்கள்?'

'மௌண்ட்ரோட்டில் ரெஸ்டாரண்டில்.'

'சந்தோஷமாக இருந்தாளா?'

'சந்தோஷமாகத்தான் கொப்பளித்தாள். அவளுக்கு சாதாரணமாகவே சிரிக்காமல் பேசத் தெரியாது. எல்லோருடனும் சுலபமாகப் பேசுவாள். எனக்கு அவள் பேசுகிற விஷயங்களில் பாதி தெரியாது. சார்த்தார் என்பாள். டைலன் தாமஸ் என்பாள். திடீர் என்று ஒரு நிமிஷம் மௌனமாக இருப்பாள். எதற்கு என்று கேட்டால், நிகரகுவாவில் பூகம்பத்தில் இறந்த வர்களுக்கு என்பாள். நாங்கள் சிரிக்காமல் ஒருவரை ஒருவர் கண்ணுக்கு நேராகப் பார்த்துக்கொள்வோம். யார் முதலில் சிரிக்கிறார்களோ அவர் தோற்றுப்போக வேண்டும். எப்போதும் அவள்தான் தோற்றுப் போவாள்... பேசாமல் அவளால் இருக்கவே முடியாது...'

'நேற்று உங்களிடம் பேசி விட்டு அவள் நேராக வீட்டுக்குச் சென்றாளா?'

'இல்லை. ஜனார்த்தனைப் பார்க்கச் சென்றாள். நான் தான் மோட்டார் சைக்கிளில் அவளை ஜனார்த்தன் வீட்டில் கொண்டு விட்டேன்.'

'யார் அந்த ஜனார்த்தன்?'

'அடையாறில் இருக்கிறார். Nice Man. அவரிடம் இவள் தினம் மாலை இரண்டு மணி நேரம் பார்ட் டைம் வேலை செய்து வந்தாள். க்ளார்க் போல. எங்கள் கல்யாணத்துக்கு அவர்தான் சாட்சியாக வருவதாக இருந்தார். பெரிய மனிதர்.'

'அவர் வீடு தெரியுமா உங்களுக்கு?'

'அடையாறில் இருக்கிறது. சுறுசுறுப்பான ஆசாமி. இரண்டு மூன்று தடவை பார்த்திருக்கிறேன். அவள் தான் அவரைப் பற்றி நிறையச் சொல்வாள்... நன்றாகப் பேசுவார்...'

ஜனார்த்தன். இந்தப் பெயரை எங்கே கேள்விப்பட்டிருக் கிறேன்...

9

அமைதியாக இருந்தது அந்தப் பங்களா. அகலமான போர்ட்டிகோ, இரண்டு கார் நிற்கும் அளவுக்கு. வரவேற்புக்காகத் தாழ்வாரம். அதில் பிரம்பு நாற்காலிகள். நடுவே தலை மட்டும் முழுதாக இருக்கும் புலித் தோல். மேலே உயர்ந்த சட்டம் போட்டு ஒரு போட்டோ மாட்டி இருந்தது. பாரதப் பிரதமருடன் ஒரு பிரமுகர் பேசிக்கொண்டிருந்தார். இடது பக்கம் தெரிந்த ஆபீஸ் அறையின் கதவின் பாதித் தடுப்பின் கீழ கவுன் அணிந்த பெண்ணின் பளிச்சென்ற

வெண்மையான கால்கள் தெரிந்தன. மெலிதாக டைப் அடிக்கும் ஒலி கேட்டது. R. Janardhan-In என்று பித்தளை பளபளத்தது. ராஜேந்திரன் நின்று கொண்டிருந்தார். வெகு தூரத்தில் கடலின் அலைகள் கேட்கும் அளவுக்கு மௌனம்.

'Please come in sir' என்று இனிய குரல்.

உள்ளே நுழைந்ததும் முக்கியமான அரசியல் தலைவர்களுடன் எல்லாம் அந்தப் பிரமுகரின் போட்டோவைக் கவனித்தார். மரப் படிகளின் குமிழ் பாலிஷ் செய்து பிரகாசித்தது. வீடே பளபளத்தது.

அவர் இறங்கி வந்தார். ஐம்பது வயதிருக்கலாம். தலையில் நரை தெரியவில்லை. சாயமாக இருக்கலாம். வில் போன்ற உடம்பு. அனாவசிய சதை இல்லாத உடம்பு. மிக மெல்லிய உதடுகள். சிரித்தபோது அத்தனை ஒழுங்காக, அழகாக அவர் பல் வரிசை இருந்தது.

'உட்காருங்கள்.'

கூர்மையான கண்கள்.

'உங்களுக்குச் சிரமம் தருவதற்கு மன்னிக்கவும். என் பெயர் ராஜேந்திரன், போலீஸ் ஆபீசர்.'

அவர் உடைகளில் உயர்தர எளிமை தெரிந்தது. அவரிடம் மெதுவான வாசனை இருந்தது. மேல் நாட்டு வாசனை.

'போலீஸ்! ஐ.பி.எஸ்.ஆ?'

'ஆம்.'

'மெட்ராஸ் ஸ்டேட்டுக்கு எதுக்கு ஆப்ட் பண்ணீங்க?'

ராஜேந்திரன் புன்னகைத்தார்.

'எனக்கு கமிஷனரைத் தெரியும்.'

'அப்படியா?'

'வாட் வில் யூ ஹாவ்? விஸ்கி?'

'ஓ நோ. நான் டியூட்டியில் குடிப்பதில்லை.'

'டியூட்டியில் வந்திருக்கிறீர்களா? உட்காருங்களேன். இரண்டு தடவை சொல்லவேண்டுமா?'

உட்கார்ந்தார். டெலிபோன் மணி அடித்தது.

யாரோ எடுத்தார்கள். பேசினார்கள். வைத்தார்கள்.

'என்ன விஷயம்?'

'ஜோதி என்று ஒரு பெண் உங்களிடம் Part Time ஆக வேலை செய்துகொண்டிருந்தாளே!'

'ஜோதி! ஜோதி! wait a minute... தெரியும். நேற்றுக்கூட வந்திருந்தாளே!'

'அவள் இறந்துவிட்டாள்.'

'What?'

'தற்கொலை செய்துகொண்டுவிட்டாள்.'

'Sui...cide. Don't tell me! நான் நேற்று அவளைப் பார்த்தேன். நேற்று மாலை! தற்கொலையா! என்ன விபரீதம்! சேச்சேச்சே!'

'அவள் எத்தனை மணிக்கு இங்கு வந்தாள்?'

'சுமார் ஆறு மணி இருக்கும்!'

'Anything unusual?'

'எப்போதும் போல்தானே இருந்தாள். சில காகிதங்கள் டைப் அடித்தாள். ராமாமிர்தம்... ராமாமிர்தம்.'

பணிவுடன் ஓர் ஆள் வந்து, 'அய்யா' என்றான்.

'பேங்குக்குப் போய்விட்டு வந்துடேன். கார் இருக்கா?'

'இல்லை. வெளியே போயிருக்கு அய்யா.'

'நீ டாக்ஸியிலே போய்ட்டு வந்துடு.'

'சாரி, என்ன கேட்டீங்க?'

'எத்தனை மணிக்கு அவள் இங்கிருந்து போனாள்?'

யோசித்தார். 'ம். சுமார் ஏழு ஏழரைக்குப் போயிருப்பாள். அதிகம் வேலை இல்லை. அனுப்பி விட்டேன். Silly girl.'

'இங்கிருந்து அவள் எங்கே போனாள் என்று தெரியுமா?'

'நான் கேட்கவில்லை. நான் கிளார்க்குகளுடன் அதிகம் பேசுவதில்லை. This Joti is a good girl. அவள்கூட அடுத்த மாதம் காதல் கல்யாணம் செய்துகொள்ளப் போவதாகச் சொன்னாள். Rich boy. கிருஷ்ணான்னு காபி எஸ்டேட் ஓனருடைய பையன். என்னைச் சாட்சியாக ரிஜிஸ்தரார் ஆபீசுக்குக் கூப்பிட்டிருந்தாள்.'

'ஆம்!'

'By the way why suicide? நீங்கள் ஏதாவது சந்தேகிக்கிறீர்களா?'

'இது காரணமில்லாத தற்கொலையாக இருக்கிறது. என் அனுபவத்தில் தற்கொலைக்குப் பின்னணியாக அதீதமான சோகத்தைப் பார்த்திருக்கிறேன். தெரிந்தவர்கள், பழகியவர்கள் யாரை விசாரித்தாலும் அவள் நேற்று மாலைவரை சாதாரணமாக, இயல்பாக, ஏன் சந்தோஷமாக இருந்திருக்கிறாள் என்பது தெரிகிறது. திடீர் என்று தன்னை எதற்கு அழித்துக்கொண்டிருக்கிறாள் என்பது புரியவில்லை.'

'பெண்கள்!' என்றார்.

'தூக்க மாத்திரைகளை விழுங்கி விட்டாள்.'

'ச்ச்ச்... ரொம்ப நல்ல பெண்!'

‘அப்படித்தான் எல்லோரும் சொல்கிறார்கள்... ஏழு ஏழரை மணிக்கு இங்கிருந்து சென்றாளா? உங்கள் காரில் கொண்டு விட்டீர்களா?’

‘இல்லை. What a pity!’

‘உங்களிடம் அவள் என்ன வேலை செய்துகொண்டிருந் தாள்?’

‘சொன்னேனே! கிளார்க் போல... டைப்பிங், கொஞ்சம் மொழிபெயர்ப்பு செய்வாள்... எனக்கு விதவிதமான இண்ட்ரெஸ்ட்.’

ராஜேந்திரன் நிமிர்ந்து அந்த போட்டோக்களைப் பார்த்தார்.

‘நான் ஒருவிதமான சமூக சேவகன். லயன்ஸ் கிளப், இந்த சொஸைட்டி, அந்த சொஸைட்டி... இப்படி!’

‘அப்படியா! அதுதான் உங்கள் முகம் எனக்குப் பரிச்சயமான முகமாக இருக்கிறது.’

‘Its all in the game! ஏன் அப்படிப் பார்க்கிறீர்கள்?’

‘இல்லை சார். உங்கள் முகத்தை நான் வேறு ஏதோ சூழ்நிலையில் பார்த்திருக்கிறேன். உங்கள் புகைப் படத்தை... எங்கே!’

‘ஓ அதுவா! அது வேறு வாழ்க்கை... நான் எழுதுவேன். புத்தகங்கள் எழுதுவேன்!’

‘ஓ யெஸ், தமிழில் எழுதுவீர்கள் இல்லை? உங்கள் மொழிபெயர்ப்புகூட Weekly-யில் வந்திருக்கிறது... புகைப்படத்துடன்.’

‘நல்ல ஞாபக சக்தி. நீங்கள் ஒரு நல்ல போலீஸ் ஆபீசர்!’

‘எவ்வளவு புத்தகங்கள் எழுதி இருக்கிறீர்கள்?’

‘நிறைய. நாவல், சிறுகதை... பிரயாணம்.’

‘ரொம்ப சந்தோஷம் சார். நீங்கள் நான் சந்திக்கும் இரண்டாவது எழுத்தாளர்.’

'இரண்டாவது என்றால் எனக்குப் பிடிக்காது. Who is the first?'

'சுஜாதா.'

'On that crazy chap.'

'எனக்கு அவரைத் தெரியும்.'

'நான் உங்கள் லெவலில் ஒரு போலீஸ் ஆபீசரை இதுவரை சந்தித்ததில்லை. நான் பார்த்ததெல்லாம் கமிஷனர். ஐ.ஜி. இப்படித்தான். நீங்கள் இவ்வளவு அக்கறையுடன் ஒரு கேசை எடுத்துக் கொண்டு விசாரிப்பது எனக்கு திருப்தி தருகிறது... I wish you luck!'

'வந்தனம், சிரமத்துக்கு மன்னிக்கவும்.'

'இருங்கள், காப்பி கொண்டுவரச் சொல்கிறேன்... முந்தா நாள்தான் ஐ.ஜி.யுடன் பேசிக்கொண்டிருந்தேன்.'

மறுபடி மறுபடி இவனைத் தெரியும், அவனைத் தெரியும் என்று பயம் காட்டுகிறான்!

'உங்கள் கதைகளில் சிலவற்றைப் படித்திருக்கிறேன்.'

'உங்களுக்குப் பிடித்திருந்ததா?'

'Unconventional.'

'எந்த விதத்தில்?'

'சில ஆசாமிகள் சட்டத்துக்கும் சமூக நியதிகளுக்கும் அப்பாற்பட்டவர்கள் என்று ஒரு தடவை எழுதி இருந்ததாக ஞாபகம்.'

'நான் நீட்ஷேயின் சிஷ்யன்.'

'நீட்ஷேயின் கருத்துக்களே இரண்டாம் உலகப் போருக்கு அடிப்படையான காரணம் என்று சொல்வார்கள்.'

‘எல்லாப் புரட்சிகளுக்கும் ஒரு தனி மனிதனின் கருத்து கள்தான் காரணமாக இருக்கும்... வால்டேர், ரூஸோ, மார்க்ஸ்!’

காப்பி வந்தது. அதைச் சூட்டோடு குடித்தார்.

‘இது மூன்றாவது. இனி காப்பி கூடாது... அல்ஸர் அண்ட் ஆல் தட்!’

‘இன்றைக்கு வாழுங்கள். உங்களுக்கு அல்ஸர் வருவதற்குள் இந்த உலகம் வாழ லாயக்கில்லாத இடமாகி விடலாம். அதற்குள் அல்ஸர் வந்து விடலாம்.’

வாசலில் ஒரு காரின் ஹார்ன் கேட்டது. கார்க் கதவு மூடும் சப்தம் கேட்டது. வெள்ளைச் சீரணி அணிந்த ஒரு டிரைவர் மரியாதையுடன் உள்ளே வந்து ஜனார்த்தனையே பார்த்துக்கொண்டு ஓரமாக நின்றான்.

‘இருப்பா, வெளியிலே போகணும்.’

‘உங்கள் காரா சார்?’ என்றார் ராஜேந்திரன்.

‘ஆம்’ என்றார்.

ராஜேந்திரன் மனத்தில் மிக வேகமாக எண்ணங்கள் ஓடின. அந்தக் காரின் ஹார்ன் மறுபடி அவர் மனத்தில் ஒலித்தது. இரட்டைச் சுருதி படைத்த வினோதமான ஹார்ன்.

‘ஹார்ன் புது மாதிரியாக இருக்கிறது.’

‘மெட்ராஸ்லே இது மாதிரி ஒன்றுதான் இருக்கு. ஜெர்மனியிலிருந்து வரவழைத்தேன்.’

‘அந்தக் கார் ஒரு விதமா ஊதிச்சுங்க! ஆர்ன் இல்லை. ஆர்ன் அமுக்கறாங்களே, அது ஒரு மாதிரியா சவுண்டா இருந்தது. எல்லாக் காரையும் போல இல்லை. இரண்டு மூணு தினுசா சத்தம் வந்தது.’

‘அப்ப...’ என்று ஆரம்பித்து நிறுத்தினார் ஜனார்த்தன்.

'இன்னும் ஒரே ஒரு கேள்வி' என்றார் ராஜேந்திரன்.

'என்ன?'

'நீங்கள் என்கிட்டே பொய் சொன்னீங்க!'

ஜனார்த்தனின் முகம் தீவிரமாகியது. 'என்னது?'

'போலீஸ்காரனிடம் பொய் சொல்வது நல்லதில்லை.'

'What do you mean?'

'நீங்க அந்தப் பெண் ஜோதியை நேற்று இரவு அவள் வீட்டில் காரில் கொண்டுபோய் விட்டிருக்கிறீர்கள்... சுமார் பத்தரை மணிக்கு.'

'நானா? நேற்றைக்கா?'

'ஆம்.'

அவர் புருவங்கள், நெற்றி எல்லாம் பின்னிக் கொண்டன. முதல் தடவையாக அவர் முகத்தில் ஸ்திரமாக இருந்த மெல்லிய சிரிப்பு மறைந்தது.

'எப்படிச் சொல்கிறீர்கள்?'

'உங்கள் கார் அங்கு வந்ததற்கு ஆதாரம் இருக்கிறது!'

'நீ போப்பா' என்று டிரைவரை அனுப்பினார்.

'நீங்க என்ன சொல்றீங்க?'

'என்னிடம் உண்மையை மறைக்கவேண்டாம் என்று.'

அவர் சற்று யோசித்தார். 'ஆல் ரைட்! நான் சொன்னது பொய். உங்களுக்கு உண்மை வேண்டும் இல்லையா?'

'ஆம்.'

'நான் சொல்லப் போவது ரசிக்கும்படியாக இருக்காது. எப்போதுமே உண்மை அப்படித்தானே! மாடிக்கு வாருங்களேன்! உங்களுக்கு நேரம் இருக்குமா?'

'நிறைய இருக்கிறது.'

10

எத்தனை சௌகரியம். எத்தனை செல்வம். ஏர்கண்டி ஷனர். விலை உயர்ந்த முதுகுகள் உடைய புத்தகங்கள். ஆயில் சித்திரங்கள், படுக்கை அறை, சந்தன யானைகள், மேலும் போட்டோக்கள். அகலமான ரேடியோ கிராம், காஸெட் டேப் ரெகார்டர், டிரான் சிஸ்டர், கண்ணாடிக்குப் பின் மேல் நாட்டுச் சாராய வகைகள்.

'மிஸ்டர் ராஜ்குமார்!'

'ராஜேந்திரன் சார்!'

'மிஸ்டர் ராஜேந்திரன்! இந்த ஜோதி என்கிற பெண்ணை எனக்குத் தெரியும். நன்றாகத் தெரியும். நெருக்கமாகத் தெரியும்... அவள் ஏன் தற்கொலை செய்துகொண்டாள் என்று தெரியாமல் தவிக்கிறீர்களே. நான் சொல்வதைக் கேட்டதும் உங்களுக்குப் புரியும்...' அவர் ஒரு சிறிய பெட்டியிலிருந்து நிதானமாக ஒரு சீசாவை எடுத்து ஒரு சிறிய மாத்திரையை எடுத்து வாயில் போட்டுக் கொண்டு தண்ணீர் குடித்தார். அந்த அலமாரி முழு வதும் மருந்துகளும் மாத்திரைகளும் நிறைந்திருப்பதை ராஜேந்திரன் கவனித்தார்.

'அவள் சென்ற ஒன்பது மாதங்கள் என்னிடம் வேலையில் இருந்தாள். அவளேதான் வந்தாள்.

'ஜோதியை நீங்கள்... பார்த்திருக்க மாட்டீர்கள். அழகான பெண். நடுத்தர உயரம். அந்தக் கண்கள்! வயதுக்கு அதிகமான புத்திசாலித்தனம். அவசரம். எப்போதும் நாளை மறுநாளே இறந்துவிடுவதுபோல் அவசரம். சுதந்தரமான பெண். சுதந்தரமான என்றால் சுலபமாக சினேகிக்கும் பெண். அழகான பறவை. ஆர்வமுள்ள அழகான பறவை. என் எழுத்தை ஒன்று விடாமல் படித்து என் எழுத்தில் மோகம் கொண்டு,

என்னைச் சந்திக்க வந்தாள். என் எழுத்தில் இருந்த வித்தியாசமான சில விஷயங்கள் அவளைக் கவர்ந்தன. அவளும் என்னைக் கவர்ந்தாள். அதற்காகத்தான் அவளுக்கு வேலை கொடுத்தேன். எனக்கும் அவளுக்கும் ஒரு வினோதமான உறவு இருந்தது. பெரும்பாலான சமயம் நான் அவள் தந்தை போலத்தான் இருந்தேன். பெரும்பாலான சமயம். After all எனக்கு வேளையில் கல்யாணம் ஆகியிருந்தால் அவள் வயதுக்கு ஒரு பெண் இருக்கலாம் இல்லையா?

'அவள் என்னை ஒருவிதமான ஆசிரியராகக் கொண்டாள். ஒருவித guide மாதிரி, அல்லது அந்தரங்க சினேகிதன் மாதிரி... அல்லது ஒருவித confessional மாதிரி... அவள் சந்தித்த பல ஆண்களைப் பற்றிச் சொல்வாள். அனந்தராம் பற்றிச் சொன்னாள். அவனை அடுத்த மாதம் கல்யாணம் செய்து கொள்ளத் தீர்மானித்ததைப் பற்றி, இந்த விஷயத்தில் அவள் மனம் தீர்மானமில்லாமல் எத்தனையோ நாட்கள் ஊசலாடியதைப் பற்றி...

'நான் அவள்மேல் நிறையப் பாசம் வைத்திருந்தேன். ஆனால், கல்யாணம் போன்ற அந்தரங்க முடிவுகளில் தலையிடவில்லை. அவளே என்னைக் கேட்பாள். 'ப்ரொபசர்' என்பாள். 'அவன் என்னைக் காதலிப்பது உண்மையா... அவன் கல்யாணம் கல்யாணம் என்று வற்புறுத்துவது எனக்காகவா, என் அழகுக்காகவா... என் உடலுக்காகவா....'

'என் சித்தாந்தம், எல்லாக் காதலும் உடலுக்காகத்தான் என்பது... என்னிடம் எத்தனை அப்பட்டமாகப் பேசுவாள் தெரியுமா?

'ப்ரொபஸர்! எனக்கு இருபத்தோரு வயது. ஓட்டுரிமை இருக்கிறது... எனக்கு இன்னும் அதைப் பற்றி ஒன்றுமே தெரியாது. நான் ஒரு virgin' என்பாள்.

'நீங்கள் சைக்காலஜி படித்திருப்பீர்கள் என்று நினைக்கிறேன். அவளுடைய அப்பன் இரண்டாம் கல்யாணம் செய்துகொண்டு இவளிடம் பணம் கேட்டு எழுதும் கோழை. அவள் சித்தி எல்லாருடனும் சிரித்துப் பேசு

வாளாம்... அவள் தந்தை அதைப் பார்த்துக் கொண்டிருப்பாராம்.

'அவள் மனத்தில் தந்தை வடிவம், ஆதர்சமான தந்தை வடிவம் ஏற்படவேயில்லை. அவள் மனத்தில் ஆதர்சத் தந்தை, அன்பு, கருணை எல்லாம் கொண்டவராக இருக்கவேண்டும்; பிலாசபி படித்திருக்க வேண்டும்; கலை பற்றிப் பேசவேண்டும்; சற்று வித்தியாசமாக எழுதத் தெரிந்திருக்க வேண்டும் என்றெல்லாம் எதிர்பார்த்தாளோ என்னவோ. அல்லது அவள் உள் மனத்தில் செக்யூரிட்டி தேவையாக இருந்தது. தன்னை விட அதிக வயதான 'அனுபவமுள்ள' புத்திசாலித் தனமான துணை தேவையாக இருந்திருக்கிறது.

'அதனால்தான் அனந்தராமனை மணப்பதில் அவளுக்கு அத்தனை தயக்கமும் சந்தேகமும் இருந்திருக்கிறது. அவள் தன் கன்னிமையை சக வயது ஆணிடம் இழக்க விரும்பவில்லை. அனுபவமும், திறமையும், மென்மையும் கலந்தவரிடம்தான் தன்னைத் திறந்து கொள்ள விரும்பி இருக்கிறாள்.

'அவள் வேறு விதமானவள்.

'அவள் முதலிலிருந்தே என்னிடம் எதையோ எதிர் பார்த்திருக்கிறாள். அவள், மேல் மனத்தின் எதிர்ப்புக் களை மீறி உள்ளூற என் மேல் ஆசை கொண்டிருக் கிறாள். அந்த ஆசை சமூக நியதிகளுக்குப் புறம்பான, தப்பான ஆசை என்று தெரிந்தும் அதை வளர்த்திருக் கிறாள். அதன் கவர்ச்சியை அவளால் தவிர்க்க முடிய வில்லை.

'அவள் என்னைக் காதலித்திருக்கிறாள்! அதற்குப் பயந்துதான் அனந்தராமனைக் கல்யாணம் செய்து கொள்ள அவசரமாக முடிவு செய்து விட்டாள். மேம் போக்காக சந்தோஷம் காட்டி என்னை அவனுக்கு அறிமுகப்படுத்தி, பதிவுத் திருமணத்துக்கு என்னை அழைத்து...

'திரும்பத் திரும்ப அந்த ஆசையைச் சொல்ல முற்பட்டிருக்கிறாள். தனக்கும் இந்த உலகத்துக்கும்

இந்த விபரீத ஆசை தப்பு, அதை நான் வென்று விட்டேன் என்று ஊர்ஜிதப்படுத்த...

'அந்த ஆசையை அவள் வெல்லவில்லை. நேற்று அவள் வந்தபோது அது இயல்பாக நிகழ்ந்தது. அவள் வந்தாள். சில கடிதங்கள் டைப் அடிக்கச் சொன்னேன். செய்தாள். வீட்டில் ஒருவரும் இல்லை. சற்று நேரம் படிக்கச் சொன்னேன். டைலன் தாமஸின் கவிதை களைப் படித்தோம். 'நாளையிலிருந்து நான் வேலைக்கு வரப் போவதில்லை' என்று சொன்னாள். 'ஏன்?' என்றேன். 'இனி உங்களைப் பார்ப்பது தப்பு' என்றாள். அப்புறம் அவள், 'திருமணம் என்றால் என்ன?' என்று கேட்டாள். 'ஒரு கிளாஸ் பீருக்காக பீர் கடையையே வாங்குவது' என்றேன். 'சந்தோஷம் என்றால் என்ன?' என்றாள். 'The absence of pain, something to do, something to love and something to hope for!' 'பாவம் என்பது என்ன?' என்றாள். 'பிறருக்குத் துன்பம் தருகிற எந்த விஷயமும் பாவம். மற்றதெல்லாம் பாவ மில்லை. சென்ற கணங்களில் நிகழ்ந்தது சென்ற கணங்களுடன் பொய்யாகி விடுகிறது. இதோ நான் உன்னைத் தொடுவது பொய்! ஏன்! நான் உன்னைத் தொட்டாகி விட்டது. தொட்டு உடைகளை விலக்கு வது பொய்! ஏன்... விலக்கியாகி விட்டது.'

'மன்னிக்கவும். உணர்ச்சி வசப்பட்டு விட்டேன். அவள் மிக இயல்பாக என்னிடம் வந்தடைந்தாள். மிக இயல்பாக எனக்குத் தன்னை அளித்தாள். என் மார்பில் அவள் குழந்தைபோல் படுத்துக்கொண்டிருந்தபோது அவள் தேடியது எல்லாம், அலையும் இலக்கில்லாத அவள் மனத்துக்கு நிம்மதி தர ஒரு பரந்த, வயதான மார்பு...

'திடீரென்று அவள் அழ ஆரம்பித்தாள். தான் செய்தது தப்பு என்கிற எண்ணம் மறுபடி அவளை ஆக்ரமித்துக் கொண்டிருக்க வேண்டும். மிகவும் அழுதாள். நான் பேச்சில் அவளைச் சமாதானப்படுத்தவில்லை. அவளைச் சற்று நேரம் அழ அனுமதித்தேன். அவள் விசும்பல்கள் மெதுவாகத் தணிந்தது, 'புடைவை

உடுத்திக்கொள். நான் உன்னை அறையில் கொண்டு விட்டு விடுகிறேன்' என்றேன். என்னுடன் பேசவே இல்லை. இயந்திரம் போல் என்னுடன் வந்தாள். அவளை நான் அறையில் விட்டுவிட்டு வந்தேன். அவளாக என்னிடம் வந்தாள். அவளே இதில் தப்பில்லை என்று ஒப்புக் கொண்டாள். ஆனால் இம்மாதிரிச் செய்வாள் என்று நான் எதிர்பார்க்க வில்லை. மிகச் சிறிய இந்தக் குற்றத்துக்காக, குற்றம் கூட இல்லை, ஒரு விதமான ஆர்வத் தணிப்பு... சுதந்தரமான பரிசோதனை... இதற்காக வருத்தப்பட்டு தன்னிரக்கத்தில் தற்கொலை செய்து கொள்வாள் என்று சேச்... சே!'

ராஜேந்திரன் யோசித்தார். 'இது குற்றமில்லை என்கிறீர் களா நீங்கள்?'

'எது? அவள் என்னிடம் வந்ததா?' என்றார் கோபத் துடன்.

'இல்லை. வந்தபின் நடந்தது. ஒரு கல்யாணமாகாத பெண்ணுடன் உடலுறவு கொண்டது.'

'அதில் தப்பு - தப்பில்லை என்பதைப் பற்றி எனக்கு அக்கறையில்லை. Rape என்பது குற்றம்தான். இது சம்மதத்துடன் நிகழ்ந்த விஷயம். 'In fact she induced me.'

ராஜேந்திரன் மௌனமானார்.

''ஸாரி இதுதான் நிஜம். கசப்பான நிஜம். அதனால்தான் நான் இதை முதலில் உங்களிடம் சொல்லவில்லை. இறந்து போனவர்களை அவமானப்படுத்துவதாக ஆகிவிடுமே என்று கவலைப்பட்டேன். ஆனால், நீங்கள் நான் பொய் சொல்கிறேன் என்று நிரூபித்த வுடன் சந்தேகங்கள் தெளிவாவதற்கு உங்களிடம் உண்மையை உரைக்க வேண்டியாகி விட்டது. ஐம் ஸாரி. அவள் அப்படிப்பட்ட பெண். வேறு ஏதாவது தெரிய வேண்டியிருக்கிறதா உங்களுக்கு?'

ராஜேந்திரன் 'இல்லை சார்' என்றார்.

'இப்போது உங்களுக்கு அந்தத் தற்கொலையின் அர்த்தம் புரிகிறதா?'

யோசித்துக் கொண்டிருந்த ராஜேந்திரன் அக் கேள்விக்குப் பதில் கூறாமல், 'நான் வருகிறேன் சார்' என்று கிளம்பி விட்டார்.

11

மறுதினம் ராஜேந்திரன் மவுண்ட் ரோடிலிருந்த மாவட்ட நூலகத்துக்குச் சென்று கத்தையாக ஜனார்த்தனின் புத்தகங்களைச் சேகரித்துக்கொண்டு ஓர் ஓரத்தில் போய் உட்கார்ந்துகொண்டு மூன்று மணி நேரம் படித்தார்.

அதன் பின் புத்தகங்கள் பதிப்பிக்கும் ஓர் அலுவலகத்துக்குச் சென்று விசாரித்தார்.

12

மரங்கள் அடர்ந்திருந்த அந்த ரெஸ்டாரெண்டில் தனியாக உட்கார்ந்துகொண்டிருந்தேன். 'ஹலோ' என்று சப்தம் கேட்டுத் திரும்பினேன். ராஜேந்திரன்! ராஜேந்திரனை எனக்கு டில்லியில் இருந்து தெரியும். இரண்டு வருஷம் டெப்யூடேஷனில் இருந்தார். 'சி.பி.ஐ. அலுவலகத்தில். மனைவிகள் மூலம் முதலில் பழக்கம்.

நான் அவரை அங்கு எதிர்பார்க்கவில்லை. ராஜேந்திரன் கடந்த இரண்டு வருஷங்களில் அதிகம் மாறவில்லை.

சற்று இளமையாகக்கூட இருந்தார். அவர் அதிகம் பேச மாட்டார். அவரை மிகவும் தோண்டிக் கேட்டால் சுவாரசியமான விஷயங்கள் வெளிவரும்... என்னை விடச் சிறியவர்தான். இருந்தாலும் அவரை 'அவன்' என்று அழைக்க எனக்கு மனம் வந்ததில்லை. அவர் சிரிப்பில் சிக்கனம் இருக்கும். நாம் பேசப் பேச மிகவும் கிரகித்துக்கொள்வார். அரசியல் நிலைமையைப் பற்றி அதிகம் பேச மாட்டார். போலீஸ்காரன் வெளியே நின்று பார்த்துக் கொண்டிருக்கவேண்டும். தலையிடக் கூடாது...

'ஹலோ ராஜேந்திரன்! ஸ்டேட் சர்வீசுக்கு மறுபடி வந்து விட்டீர்களா?'

'ஓ.எஸ். நீங்க டில்லியை விட்டதும் நானும் விட்டு விட்டேன். நீங்கள் பெங்களூரில் இருப்பது எனக்குத் தெரியும். In fact உங்களை வந்து பார்க்கலாம் என்று கூட இருந்தேன். I am so glad to see you.'

'ஆம். It is a pleasant surprise.'

'நான் உங்களுடன் பேசவேண்டும்' என்றார்.

'உட்காருங்களேன். நான் இன்று இரவு பெங்களூர் மெயில் புறப்படுகிற வரை free.'

'சென்ற வாரம் நான் மற்றொரு எழுத்தாளரைப் பார்த்தேன். ஜனார்த்தன் தெரியுமல்லவா உங்களுக்கு?'

'தெரியும்.'

'What do you think of him?'

'I don't think of him.'

'அவர் கூட ஏறக்குறைய உங்களைப் பற்றி அப்படித்தான் ஏதோ சொன்னார். நான் அவர் எழுத்தைப் பற்றிக் கேட்கவில்லை. அவரைப் பற்றி!'

'அந்த ஆளை நான் சந்தித்ததே இல்லை. தெரியாது எனக்கு!'

'அந்த ஆள் ஒரு கொலை செய்துவிட்டுச் சுதந்தரமாக இருக்கிறார் என்று நினைக்கிறேன்.'

'What!' ராஜேந்திரன் மாறித்தான் விட்டார். சாதாரணமாக இவ்வளவு அழுத்தம் திருத்தமாகப் பேச மாட்டார்.

'போன வெள்ளிக்கிழமை நான் ஒரு தற்கொலை கேஸை விசாரித்துக்கொண்டிருந்தேன். ஒரு பெண். பெயர் ஜோதி. இருபத்தொன்று. கல்யாணம் செய்துகொள்ள இருந்தாள். தூக்க மாத்திரைகளை விழுங்கிவிட்டாள். தற்கொலை செய்து கொள்வதாகக் கடிதம், கல்யாணம் செய்துகொள்ளப் போகிற பையனுக்கு அனுப்பிவிட்டு இறந்து விட்டாள். முதலில் ஒரு ரூட்டில்தான் நினைத்தேன். கொஞ்சம் தீவிரமாக விசாரித்தேன். பெண் மிக சந்தோஷமாக இருந்திருக்கிறாள். தற்கொலையா! It was absurd. விசாரித்தேன். இந்த ஜனார்த்தனிடம் அவள் வேலைக்கு இருந்திருக்கிறாள். அவரைப் பார்க்கப் போனேன். 'எனக்கு ஐ.ஜி.யைத் தெரியும். கமிஷனரைத் தெரியும்' என்றார். அந்த ஆள் ஒரு ஃபோனி! He is a corrupt bastard.'

'என்ன ஆயிற்று?'

என் இனிய நண்பரும், இண்டியன் போலீஸ் சர்வீஸைச் சேர்ந்த கடமை உணர்ச்சி மிகுந்த இளம் ராஜேந்திரன் விவரமாக என்னிடம் சொன்னதைத்தான் சென்ற அத்தியாயங்களில் என் வரிகளில் சொல்லி இருக்கிறேன். மூன்றாவது கோக்கோ கோலாவை மெதுவாக உறிஞ்சிக் கொண்டே 'What do you think?' என்றார்.

'என்ன சொல்வது என்றே தெரியவில்லை. I am confused.'

'தற்கொலை செய்துகொண்டதற்கு என்ன காரணம்?'

'ஜனார்த்தன் சொன்னது நடந்திருந்தால் அது ஒரு காரணமாக இருக்கலாம்.'

'ஜனார்த்தன் சொன்னது நடக்கவே இல்லை!'

'அப்படியா?'

'அப்படித்தான் நான் நினைக்கிறேன்.'

'ஏன்?'

'ஒரு பெண்... ஓர் எழுத்தாளனின் எழுத்திலும் உபதேசங்களிலும் மயங்கித் தன்னை - தன் உடலை அவனுக்கு அர்ப்பணம் செய்வாள் என்பதை என்னால் நம்ப முடியவில்லை. அதுவும் வயதானவருடன். இந்த வயதானவன் யார்? பிரம்மச்சாரி! ஐம்பது வயதுவரை திருமணம் செய்து கொள்ளாதவனிடம் ஒரு விதத் தப்பு நிச்சயம் இருக்க வேண்டும்... 'இந்த ஜனார்த்தனின் புத்தகங்களை மூன்று மணி நேரம் ஒழுங்காகப் படித்தேன்... கருத்துக்கள் எல்லாம் perverted. நீட்ஷேயின் சிஷ்யராம். நீட்ஷே என்ன சொல்கிறார்? 'பெண்ணிடம் போகிறாயா? எங்கே உன் சவுக்கு!' என்கிறார். அவர் புத்தகங்களில் நான் கண்டுபிடித்த தெல்லாம் இந்த மாதிரி வக்கிரமான கருத்துக்கள். 'உனக்கு ஒரு பொருள் கிடைக்கவில்லை என்றால் அதை அழித்து விடு!' எதிலும் தப்பில்லை. எதிலும் அர்த்தமில்லை. கொல்வதில் நம்பிக்கை. கொல்வது இயற்கைக்கு ஏற்ற நிகழ்ச்சி! கொல்வதில் சந்தோஷம் இருக்கிறதாம்!

'இதை எல்லாம்விட முக்கியமான ஒன்றை அவர் எழுத்தில் கண்டுபிடித்தேன்... அந்தப் பெண் எழுதிய தற்கொலைக் கடிதத்தில்... அது இன்னும் ஞாபகம் இருக்கிறது.'

'இந்தக் கடிதத்தை நீங்கள் படிக்கும்போது நான் உயிருடன் இருக்க மாட்டேன். யாவற்றுக்கும் வந்தனம். என்னை மன்னித்து விடுங்கள்....'

'இந்த யாவற்றுக்கும் என்கிற பிரயோகம் என்னைக் கவர்ந்தது. ஜனார்த்தனின் ஒரு புத்தகத்தில் மட்டும் இந்த 'யாவற்றுக்கும்' என்கிற பிரயோகத்தைப் பதினெட்டு தடவை பார்த்தேன். எழுத்தாளர்களின்

இப்படிப்பட்ட பிரத்யேகமான வார்த்தைகளும் நடையும் அவர்களைச் சுலபத்தில் காட்டிக் கொடுத்து விடும்.'

'இதற்கு என்ன அர்த்தம்?'

'சொல்கிறேன்... அவர் புத்தகத்தைப் பதிப்பித்த அலுவலகத்துக்குச் சென்று விசாரித்தேன். அவர் புத்தகம் ஒன்று அச்சில் இருந்தது. அதன் கைப் பிரதியைப் பார்த்தேன்... அதன் கைப்பிரதியை யார் எழுதியது தெரியுமா? ஜோதி!

'அந்தத் தற்கொலைக் கடிதத்துக்கு மறுபடி வருவோம். அது அனந்தராமனுக்குக் காலை முதல் தபாலில் கிடைத்திருக்கிறது. இரவு எப்போதோ தபாலில் சேர்த்திருக்கலாம். அதிகாலைதான் அடையாறு தபாலாபீசிலிருந்து கிளியர் ஆகியிருக்கிறது.'

'தனித்தனியாக இந்தத் துண்டுகளை எல்லாம் சேர்த்தால் என்ன புலப்படுகிறது?'

'அந்தக் கடிதம் - அது ஜோதி எழுதியதுதான். ஆனால், தற்கொலை எண்ணத்துடன் எழுதியதல்ல. ஜனார்த்த னிடம் அவள் கிளார்க் உத்தியோகம் பார்க்கவில்லை. அவர் சொல்ல, அவள் கதைகளைக் கைப் பிரதி எடுத்திருக்கிறாள். அதுதான் அவள் உத்தியோகம். கதை சொல்வதுபோல், ஒரு கதையின் பகுதிபோல், ஒரு கதையின் ஆரம்பம்போல் அந்தக் கடிதத்தை அவள் எழுதி வைத்திருக்கலாம். அனந்தை அவள் 'நீங்கள்' என்று கூப்பிட்டதே இல்லை. அந்தக் கடிதம் பொய்!'

'பின் என்னதான் நடந்தது?'

'நான் நடந்தது என்று சொல்லவில்லை. நடந்திருக் கலாம் என்று சொல்கிறேன்... ஜோதி அவருக்காக உருகினாள் என்று சொன்னார். ஜனார்த்தன் அந்த ஜோதிக்காக உருகி இருக்கலாம். அவள் கல்யாணம் செய்துகொள்ளப் போகிறாளே! என்னை விட்டு விட்டுப் போகிறாளே! உலகிலேயே பெரிய எழுத்தாளன் என்னை விட்டுவிட்டு, ஒரு தலை

கலைந்த இளைஞனை மணக்கப் போகிறாளே! என்னையே சாட்சிக்குக் கூப்பிடுகிறாளே! ஜோதி ஓர் அழகான பெண். வயதாவது எவ்வளவு வருத்தம் தருவது! இந்த புத்திசாலிப் பெண் எனக்குக் கிடைக்கவில்லையே! பொறாமை மனத்தில் எரிகிறது... கடைசியாக அவள் அவரிடம் விடைபெற வருகிறாள்.

'உனக்கு ஒரு பொருள் கிடைக்கவில்லை என்றால் அதை அழித்து விடு.'

'அவளைக் கதையைப் பிரதி எடுப்பது போல் அந்தக் கடிதத்தை எழுத வைத்திருக்கலாம்... அவளுடன் பேசிக்கொண்டிருந்து விட்டு அவள் கிளம்புமுன் அவளுக்குக் காப்பி தருவதுபோல் அல்லது ஓவல்டின் தருவதுபோல் அந்த மாத்திரைகளைக் கலந்து கொடுத்திருக்கலாம். பத்து சிறிய மாத்திரைகள் போதுமே...

'அப்புறம் அவளை அழைத்துச் சென்று பத்திரமாக வீட்டில் சேர்த்துப் படுக்க வைத்திருக்கலாம்! திரும்பி வந்து கதையின் பகுதிபோல் டிக்டேட் பண்ணப்பட்ட அந்தக் கடிதத்தை மடித்து, உறையில் இட்டு, விலாசம் டைப் அடித்துத் தபாலில் சேர்த்திருக்கிறார்! என்ன சொல்கிறீர்கள்!'

'மை காட்! நடந்திருக்கலாம். உடனே அந்த ஜனார்த்தனைக் கைது செய்வதுதானே!'

'எப்படி? எந்த ஆதாரத்தில்? உங்களுக்கு ஸி.ஆர்.பி.ஸி. தெரியாது. ப்ரைமா ஃபேஸியாக ஒரு கேஸ் இருக்க வேண்டும். Motive இருக்கவேண்டும். காரணம் இருக்க வேண்டும். இங்கே காரணம் அவர் நாவல்களில் தெரியும் வக்கிரமான எண்ணங்கள்! செல்லாது! அவர் அவளை அந்தக் கடிதத்தை எழுத வைத்தார் என்று எப்படி நிரூபிப்பது? அந்தக் கைப் பிரதிகளைக் காட்டியா? போதாது. அவர் அவளைக் கொன்றார் என்று எப்படி நிரூபிப்பது? யார் பார்த்தார்கள் அவர் கொடுத்ததை, கலந்ததை? கொண்டுவிட்டதைக் கடைக்காரன் பார்த்தான். அதுவும் போதாது...

கொண்டுவிட்டதில் எந்தத் தப்பும் இல்லை! எல்லா வற்றிலும் ஓட்டைகள் இருக்கின்றன. இந்தக் கேஸ் மாஜிஸ்திரேட் கோர்ட்டைக் கூடத் தாண்டாது.'

'மற்றொரு விஷயம் ராஜேந்திரன். இது முழுவதும் உங்கள் ஊகங்களிலிருந்து அமைக்கப்பட்ட தில்லையா? அப்படி நடந்திருக்கலாம், இப்படி நடந் திருக்கலாம் என்று நீங்கள் நினைக்கும் ஒருவிதமான explanation. இது முழுவதும் subjective இல்லையா? உண்மைதான். நீங்கள் சொல்லும் விதத்தில், அந்த வகையில் அந்த நிகழ்ச்சி நடந்திருப்பதற்கு வன்மை யான ஆதாரங்கள் இருக்கின்றன... இதையே வேறு முறையில் நினைத்துப் பார்த்தால் ஜனார்த்தன் செல்வது உண்மையாக இருப்பதற்கும் பாதிப் பாதி சான்ஸ் இருக்கிறதல்லவா? மனித மனம் விசித்திரமானது... ஒரு பெண் அவ்வாறு ஒரு வயதான ஆசாமியுடன் உறவுகொள்ள நினைப்பது முழுவதும் சாத்தியமில் லாமல் இல்லை. மேலும் 'யாவற்றுக்கும்' என்ற பிரயோகம் ஜோதிக்கு ஜனார்த்தனின் புத்தகங்களை அடிக்கடிப் படித்ததால் பழக்கமாகி இருக்கலாம் அல்லவா? ஆகவே ஜனார்த்தன் சொன்னது நடந் திருப்பதற்கும் அதன் பின் அதன் தன்னிரக்கத்தில் கடிதத்தை எழுதித் தபாலில் சேர்த்துவிட்டுத் தற்கொலை செய்துகொள்வதற்கும் அல்லது நீங்கள் சொன்னவாறு நடந்ததற்கும் சமமான சாத்தியம் இருக்கிறது என்று சொல்லலாமா?'

ராஜேந்திரன் யோசித்தார். 'ஆம். சமமான சாத்தியம் தான்! ஹூம். நான் போலீஸ் ஆபீசர். என் கடமைகளில் ஒன்று சந்தேகிப்பது. மந்திரிகள் வந்தால்... சாலையைப் பாதுகாப்பது. டெஸ்ட் மேட்ச்சில் கூட்டங் களை ஒழுங்குபடுத்துவது. திருடர்களையும் ஜேப்படிக் காரர்களையும் கள்ளக் கடத்தல்காரர்களையும் பெண்களை வைத்து வியாபாரம் செய்பவர்களையும் திருட்டு டிக்கெட் விற்பவர்களையும், ஜனார்த்தன் போன்ற பெரிய மனிதர், பாரதப் பிரதமருடன் படம் எடுத்துக் கொண்டவர், எழுத்தாளர், சமூக சேவகர், Superman! ஐ.ஜி.யைத் தெரிந்தவர், கமிஷனருடன்

அளவளாவுபவர்... எல்லோரையும் சந்திப்பது... என் கடமையின் அம்சம்! ஆனால் என் மனத்தில் சமாதானம் இல்லை. சந்தேகம் விலகவில்லை. அந்த ஜனார்த்தனை அவர் பிரமுகத்தனத்தை எல்லாம் உதிர்த்து விட்டுத் தனியாக என்னிடம் சில மணி நேரங்கள் விட்டால் போதும். I want to beat the hell out of him! கூடாது! முடியாது! உரிமைகள்! ஹேபியஸ் கார்ப்பஸ்... இத்தனை நேரம் பொறுமையாக இருந்து கேட்டுக்கொண்டிருந்ததற்கு வந்தனம். பெங்களூர் வந்தால் பார்க்கிறேன்! குட் நைட், வருகிறேன்...'

ராஜேந்திரன் மெதுவாகக் கிளம்பிச் சென்றதை நான் கவனிக்கவில்லை. நான் சிந்தித்துக்கொண்டிருக் கிறேன்.

'என்னதான் நடந்தது?'